Impressum
Verlag: BABADADA GmbH, Nedderfeld 112 , 22529 Hamburg
Geschäftsführer / Verlagsleitung: Harald Hof
Druck: Books on Demand GmbH, In de Tarpen 42, 22848 Norderstedt

Imprint
Publisher: BABADADA GmbH, Nedderfeld 112 , 22529 Hamburg, Germany
Managing Director / Publishing direction: Harald Hof
Print: Books on Demand GmbH, In de Tarpen 42, 22848 Norderstedt, Germany

trường học
škola

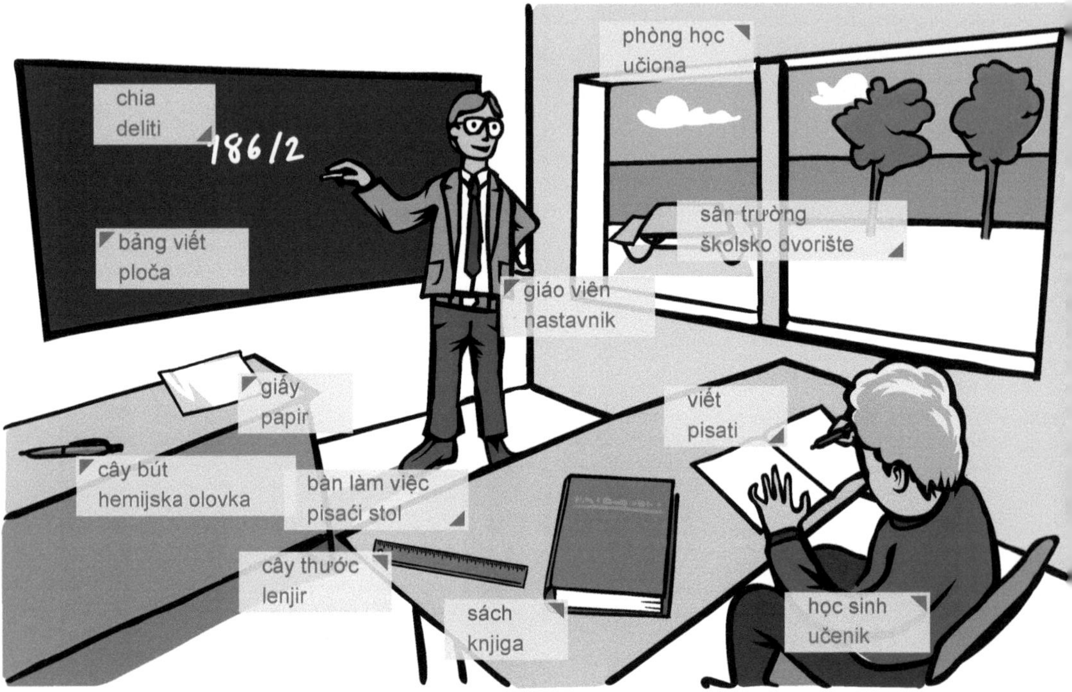
phòng học
učiona
chia
deliti
186/2
sân trường
školsko dvorište
bảng viết
ploča
giáo viên
nastavnik
giấy
papir
viết
pisati
cây bút
hemijska olovka
bàn làm việc
pisaći stol
cây thước
lenjir
sách
knjiga
học sinh
učenik

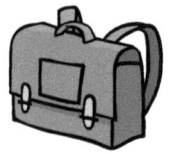

cặp đeo vai học sinh

torba

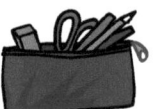

hộp đựng bút

pernica

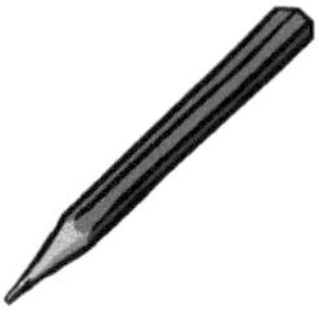

bút chì

grafitna olovka

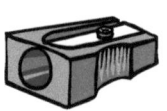

cái gọt bút chì

šiljilo za olovke

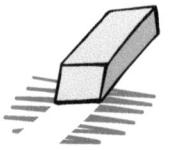

cục tẩy

gumica za brisanje

tập giấy vẽ

blok za crtanje

bản vẽ
crtež

cọ vẽ
kist

hộp mực vẽ
kutija sa bojama

cây kéo
makaze

keo dán
lepilo

sách bài tập
beležnica

bài tập ở nhà
domaći zadatak

12

số
broj

2+2

cộng
sabirati

5-2

trừ
oduzimati

2×2

nhân
množiti

tính toán
računati

A

chữ cái
slovo

ABCDEFG HIJKLMN OPQRSTU VWXYZ

bảng chữ cái
abeceda

từ
reč

văn bản

tekst

đọc

čitati

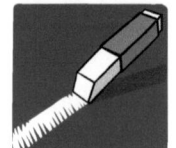

phấn viết

kreda

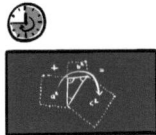

bài học

čas

sổ lớp

dnevnik

thi kiểm tra

ispit

chứng chỉ

svedočanstvo

đồng phục học sinh

školska uniforma

giáo dục

obrazovanje

từ điển bách khoa

leksikon

đại học

univerzitet

kính hiển vi

mikroskop

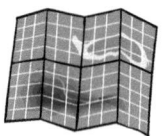

bản đồ

karta

thùng rác giấy

košara za papir

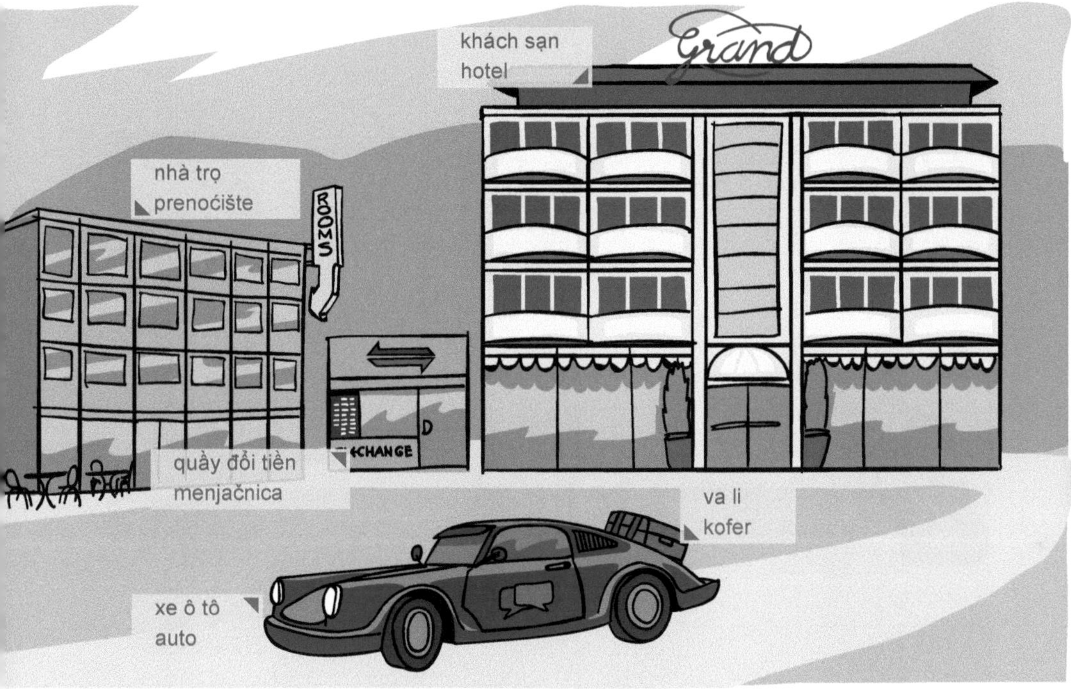

khách sạn
hotel
Grand
nhà trọ
prenoćište
ROOMS
quầy đổi tiền
menjačnica
CHANGE
va li
kofer
xe ô tô
auto

ngôn ngữ

jezik

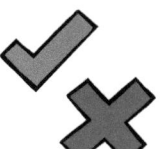

có / không

da / ne

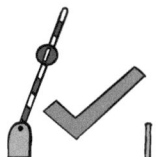

ô kê

okej

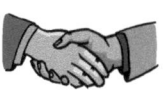

Xin chào

zdravo

thông dịch viên

prevodilac

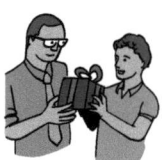

cám ơn

hvala

... bao nhiêu tiều?

Koliko košta...?

tôi không hiểu

ne razumem

vấn đề

problem

Xin chào! (buổi tối)

dobro veče!

xin chào! (buổi sáng)

Dobro jutro!

chúc ngủ ngon!

Laku noć!

tạm biệt

doviđenja

hướng đi

smer

hành lý

prtljaga

túi xách

torba

túi ba lô

ruksak

khách

gost

phòng

soba

túi ngủ

vreća za spavanje

lều

šator

thông tin du lịch

turističke informacije

bãi biển

plaža

thẻ tín dụng

kreditna kartica

ăn sáng

doručak

ăn trưa

ručak

ăn tối

večera

vé xe

karta za vožnju

thang máy

lift

tem bưu điện

poštanska markica

biên giới

granica

hải quan

carina

đại sứ quán

ambasada

thị thực

viza

hộ chiếu

pasoš

vận chuyển

transport

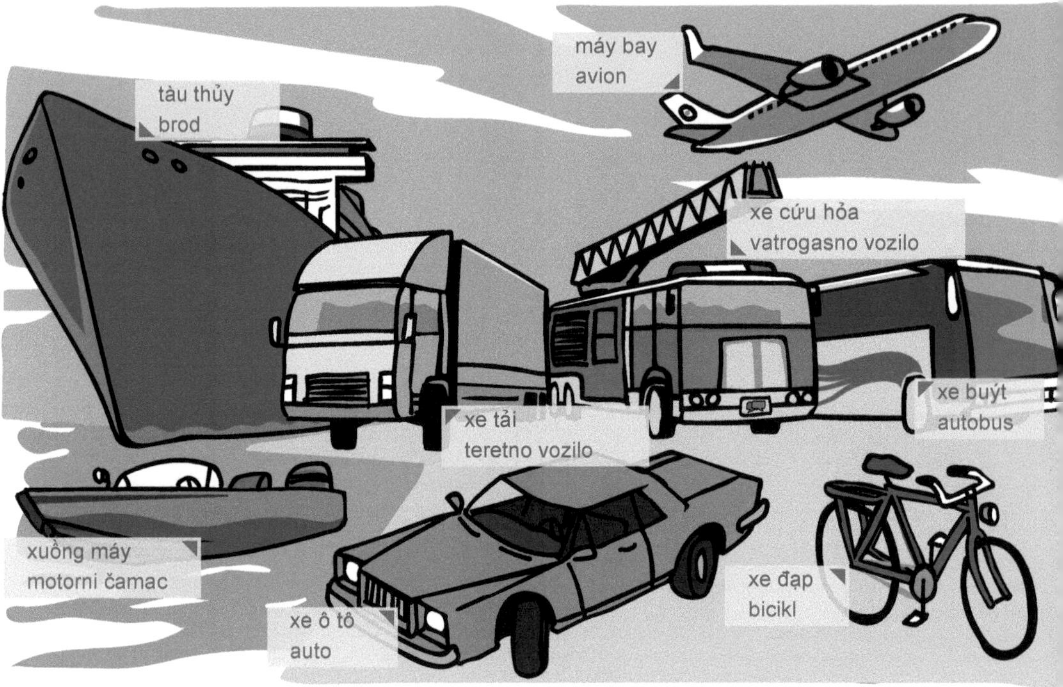

máy bay
avion
tàu thủy
brod
xe cứu hỏa
vatrogasno vozilo
xe buýt
autobus
xe tải
teretno vozilo
xuồng máy
motorni čamac
xe đạp
bicikl
xe ô tô
auto

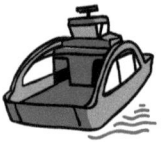

phà

trajekt

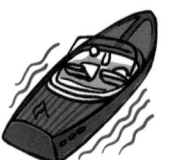

xuồng

čamac

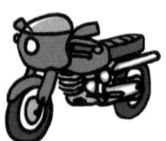

xe máy

motocikl

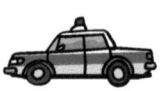

xe cảnh sát

policijski auto

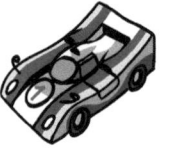

xe đua

trkaći auto

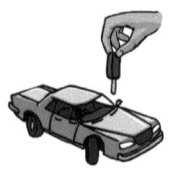

xe cho thuê

iznajmljeno auto

dịch vụ thuê xe tự lái

delenje automobila

xe kéo cứu hộ

vučno vozilo

xe rác

vozilo za odvoz smeća

động cơ

motor

xăng

benzin

trạm xăng

benzinska stanica

biển báo giao thông

saobraćajni znak

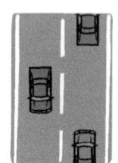

giao thông

saobraćaj

ách tắc giao thông

zastoj

bãi đậu xe

parkiralište

nhà ga

železnička stanica

đường ray

šine

xe lửa

voz

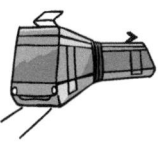

tàu điện

tramvaj

toa xe

vagon

máy bay trực thăng

helikopter

sân bay

aerodrom

tháp

kula

hành khách

putnik

côngtenơ

kontejner

thùng các-tông

karton

xe đẩy

kolica

cái giỏ

korpa

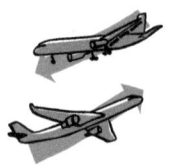

cất cánh / hạ cánh

uzleteti / sleteti

thành phố

grad

làng

selo

trung tâm thành phố

centar grada

nhà

kuća

rạp chiếu phim
kino

quảng cáo
reklama

đèn đường
ulična svetiljka

CINEMA

đường phố
ulica

taxi
taksi

người đi bộ
pešak

quán ăn nhẹ
kiosk

vỉa hè
trotoar

ngã tư giao thông
raskrsnica

phần đường có vạch cho người đi bộ
pešački prelaz

thùng rác lớn
kontejner za otpad

đèn hiệu giao thông
semafor

nhà chòi
koliba

căn hộ
stan

nhà ga
železnička stanica

tòa thị chính
većnica

viện bảo tàng
muzej

trường học
škola

đại học
univerzitet

ngân hàng
banka

bệnh viện
bolnica

khách sạn
hotel

hiệu thuốc
apoteka

văn phòng
kancelarija

hiệu sách
knjižara

cửa hiệu
prodavnica

cửa hiệu bán hoa
cvećara

siêu thị
supermarket

chợ
trg

cửa hàng bách hóa
robna kuća

người bán cá
ribarnica

trung tâm mua bán
trgovački centar

bến cảng
luka

công viên

park

ghế băng

klupa

cầu

most

cầu thang

stepenice

tàu điện ngầm

podzemna željeznica

đường hầm

tunel

trạm xe buýt

autobuska stanica

quán bar

bar

khách sạn

restoran

hòm thư công cộng

poštansko sanduče

bảng hiệu đường

ulični znak

đồng hồ đậu xe

parkirni automat

vườn bách thú

zoološki vrt

bể bơi

bazen

nhà thờ Hồi giáo

džamija

nông trại

seosko gazdinstvo

ô nhiễm môi trường

zagađenje okoline

nghĩa trang

groblje

nhà thờ

crkva

sân chơi

igralište

ngôi đền

hram

phong cảnh
pejsaž

lá cây
list

bảng chỉ đường
putokaz

lối đi
put

bãi cỏ
livada

hòn đá
kamen

người đi bộ đường dài
šetač

cây
drvo

sông
reka

cỏ
trava

bông hoa
cvijet

thung lũng
dolina

đồi
planina

hồ nước
jezero

rừng
šuma

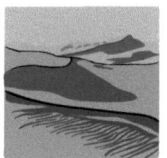

sa mạc
pustinja

núi lửa
vulkan

lâu đài
dvorac

cầu vồng
duga

nấm
gljiva

cây cọ
palma

con muỗi
moskito

con ruồi
muva

con kiến
mrav

con ong
pčela

con nhện
pauk

bọ cánh cứng
buba

con ếch
žaba

con sóc
veverica

con nhím
jež

con thỏ
zec

con cú
sova

con chim
ptica

thiên nga
labud

heo rừng
divlja svinja

con hươu
jelen

nai sừng tấm
los

đê
nasip

tuabin gió
vetrenjača

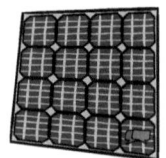

tấm năng lượng mặt trời
solarna ploča

khí hậu
klima

khách sạn

restoran

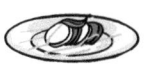

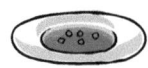

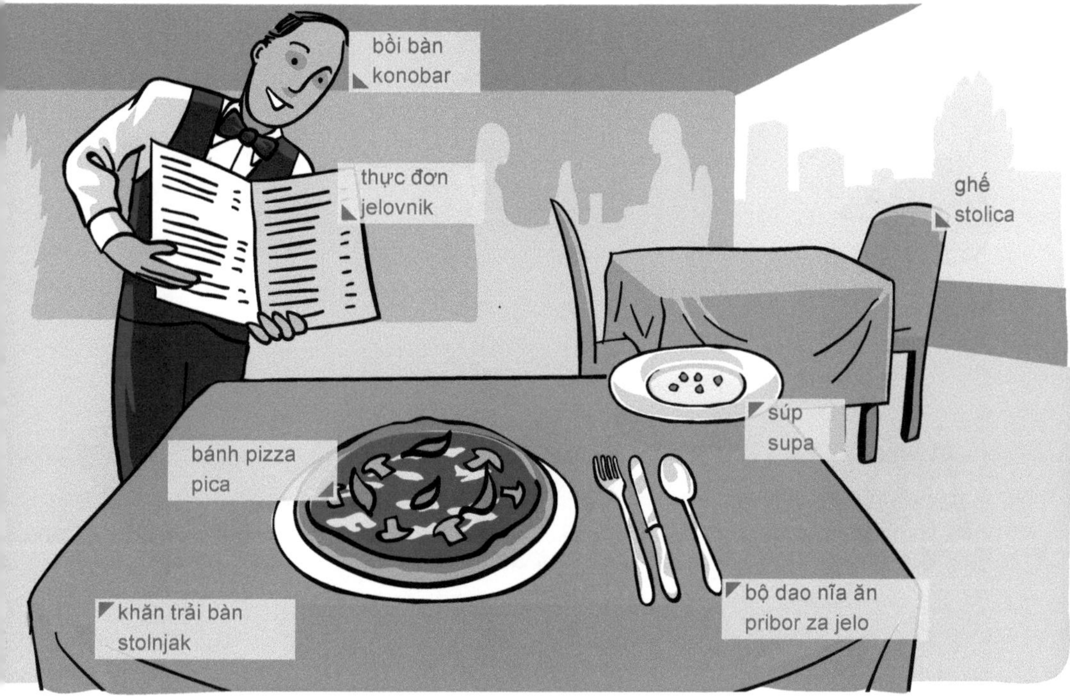
bồi bàn
konobar
thực đơn
jelovnik
ghế
stolica
súp
supa
bánh pizza
pica
bộ dao nĩa ăn
pribor za jelo
khăn trải bàn
stolnjak

món ăn khai vị

predjelo

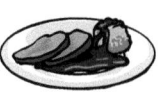

món ăn chính

glavno jelo

món tráng miệng

desert

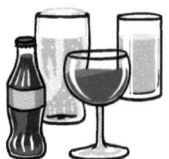

thức uống

napitci

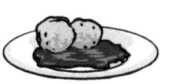

thức ăn

jelo

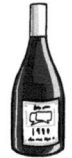

cái chai

flaša

thức ăn nhanh

brza hrana

thức ăn đường phố

imbis hrana

ấm trà

čajnik

hộp đường

doza za šećer

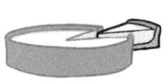

khẩu phần

porcija

máy pha espresso

aparat za espresso

ghế cao

visoka stolica

hóa đơn

račun

khay

poslužavnik

dao

nož

nĩa

viljuška

thìa

kašika

thìa uống trà

čajna kašika

khăn ăn

salveta

cốc thủy tinh

čaša

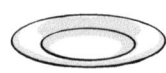

đĩa
tanjir

đĩa súp
tanjir za supu

đĩa lót cốc
tanjirić

nước sốt
sos

lọ muối
soljenka

cái xay tiêu
mlin za biber

giấm
sirće

dầu
ulje

gia vị
začini

nước xốt cà chua
kečap

tương hạt cải
senf

nước sốt mayonnaise
majoneza

siêu thị
supermarket

chào giá đặc biệt
ponuda
FOR
khách hàng
kupac
sản phẩm từ sữa
mlečni proizvodi
trái cây
voće
xe đẩy mua sắm
kolica za kupovinu

BUTCHERS

lò mổ

mesnica

BAKERY

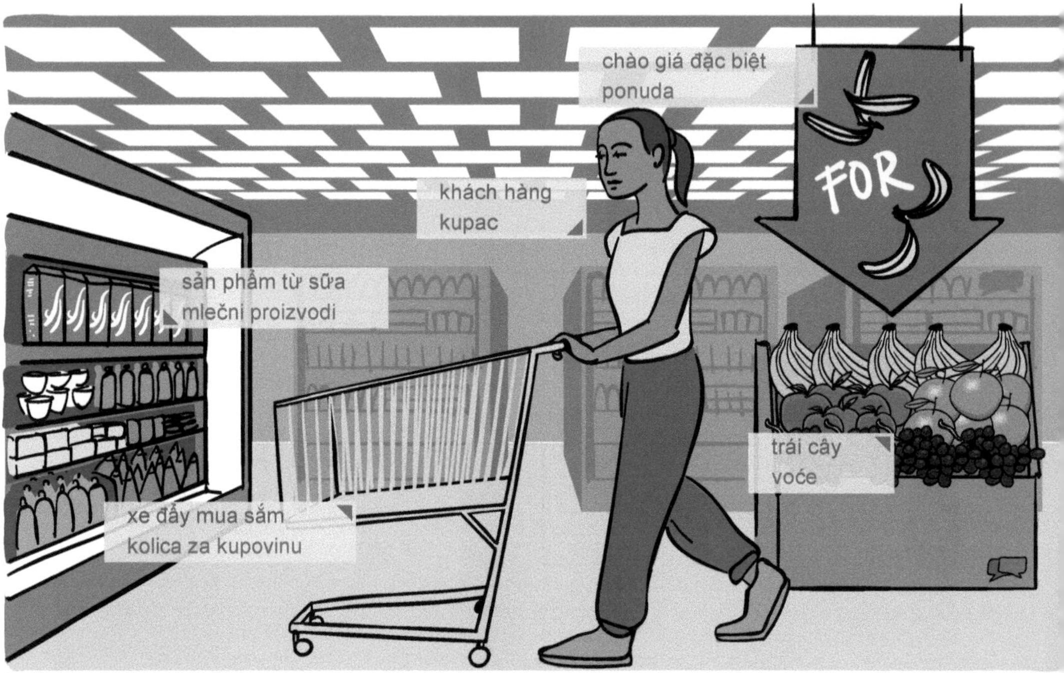

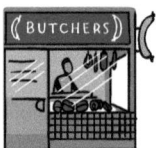

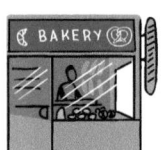

cửa hiệu bán bánh mì

pekara

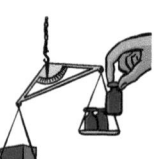

cân nặng

vagati

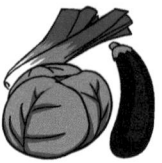

rau quả

povrće

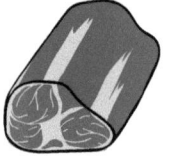

thịt

meso

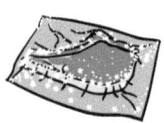

thức ăn đông lạnh

smrznuta hrana

lát thịt nguội

narezak

đồ hộp

konzerve

bột giặt

sredstvo za pranje

đồ ngọt

slatkiši

sản phẩm dùng trong gia đình

artikli za domaćinstvo

chất tẩy rửa

sredstva za čišćenje

người bán hàng

prodavačica

quầy trả tiền

blagajna

nhân viên thu ngân

blagajnik

danh sách mua sắm

lista za kupovinu

giờ mở cửa

vreme rada

ví tiền

novčanik

thẻ tín dụng

kreditna kartica

túi đeo

torba

túi ny lông

plastična kesa

nước

voda

nước quả ép

sok

sữa

mleko

coca-cola

kola

rượu vang

vino

bia

pivo

cồn

alkohol

cacao

kakao

trà

čaj

cà phê

kava

espresso

espresso

cappuccino

cappuccino

chuối

banana

quả táo

jabuka

quả cam

narandža

dưa hấu

lubenica

chanh

limun

cà rốt

šargarepa

tỏi

beli luk

tre

bambus

củ hành

luk

nấm

gljiva

hạt dẻ

orašasti plodovi

mì

rezanci

mì spaghetti

špagete

cơm

riža

xà lách

salata

khoai tây chiên

pomfrit

khoai tây chiên

pečeni krumpir

bánh pizza

pica

bánh hamburger

hamburger

bánh mì sandwich

sendvič

thịt côtlet

šnicla

thịt giăm bông

šunka

xúc xích

salama

dồi

kobasica

gà

kokoš

rán

pečenje

cá

riba

cháo yến mạch

zobene pahuljice

cháo muesli

musli

bánh bột ngô nướng

kukuruzne pahuljice

bột mì

brašno

bánh sừng bò

kroasan

bánh mì

pecivo

bánh mì

hleb

bánh mì nướng

toast

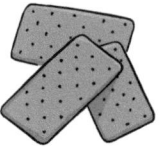

bánh bích quy

keksi

bơ

maslac

sữa đông

sveži sir

bánh ngọt

kolač

trứng

jaje

trứng rán

jaje na oko

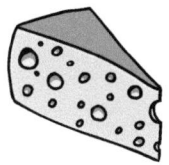

pho mát

sir

kem

sladoled

đường

šećer

mật ong

med

mứt

marmelada

kem nougat

nugat krema

cà ri

kari

thức ăn - jelo

nông trại
seosko gazdinstvo

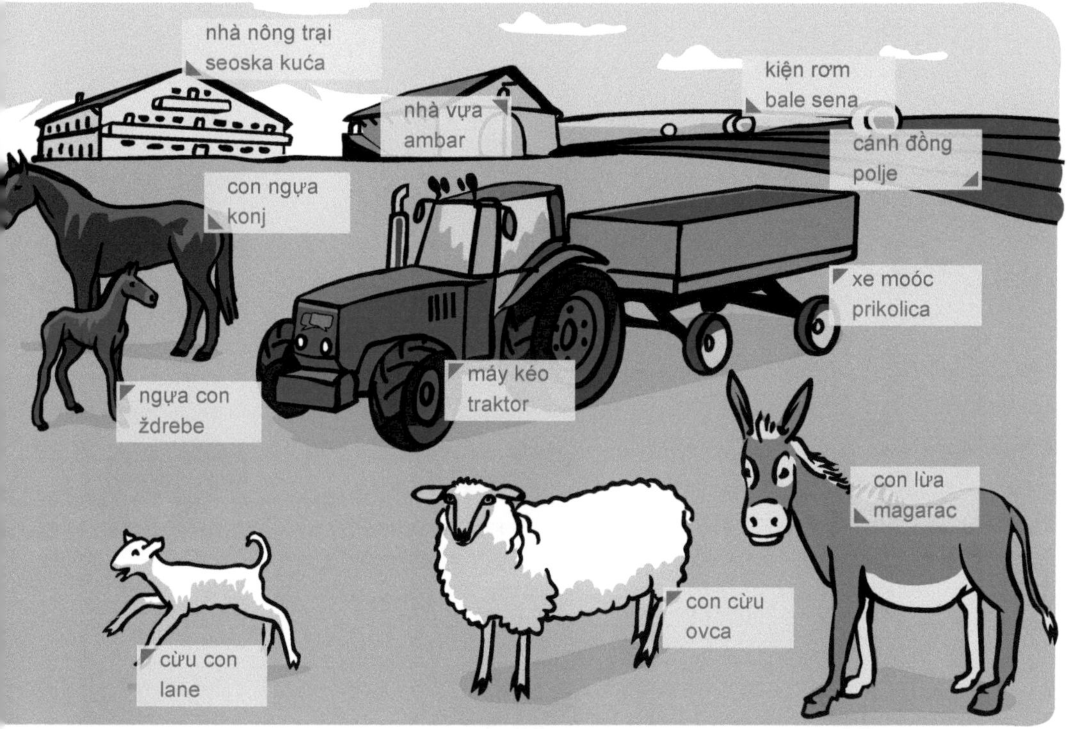
nhà nông trại
seoska kuća
kiện rơm
bale sena
nhà vựa
ambar
cánh đồng
polje
con ngựa
konj
xe moóc
prikolica
máy kéo
traktor
ngựa con
ždrebe
con lừa
magarac
con cừu
ovca
cừu con
lane

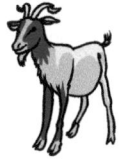

con dê
koza

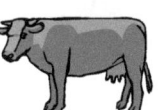

con bò
krava

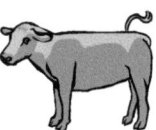

con bê
tele

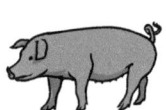

con lợn
svinja

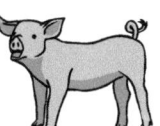

lợn con
prase

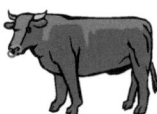

bò đực
bik

con ngỗng
guska

con vịt
patka

gà con
pilići

gà mái
kokoš

gà trống
petao

con chuột
pacov

mèo
mačka

chuột nhắt
miš

bò đực
vol

con chó
pas

nhà chuồng chó
kućica za psa

ống tưới vườn cây
vrtno crevo

thùng tưới cây
kanta za polivanje

lưỡi hái
kosa

cái cày
plug

cái liềm
srp

cái cuốc
motika

cái chĩa
viljuška za đubrivo

cái rìu
sekira

xe cút kít
tačke

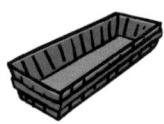

máng ăn
korito

lọ sữa
posuda za mleko

bao tải
vreća

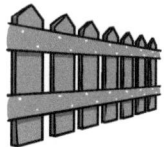

hàng rào
ograda

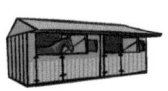

chuồng
štala

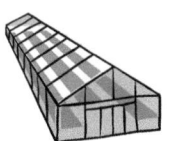

nhà kính trồng cây
staklenik

đất trồng
zemlja

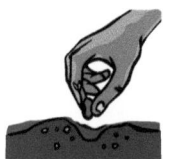

hạt giống
seme

phân bón
đubrivo

máy gặt đập liên hợp
kombajn

thu hoạch

žeti

mùa thu hoạch

žetva

khoai lang

jams začin

lúa mì

pšenica

đậu nành

soja

khoai tây

krumpir

ngô

kukuruz

hạt cải dầu

uljana repica

cây ăn trái

voćka

sắn

gomolj manioke

ngũ cốc

žitarice

nhà

kuća

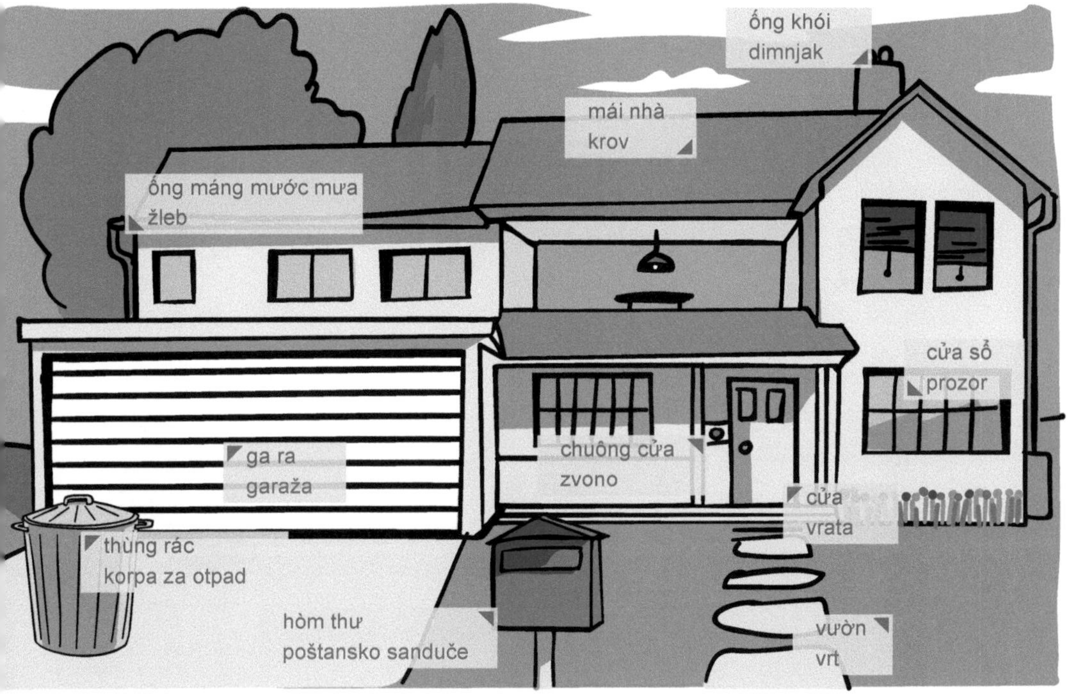
ống khói
dimnjak
mái nhà
krov
ống máng mước mưa
žleb
cửa sổ
prozor
ga ra
garaža
chuông cửa
zvono
cửa
vrata
thùng rác
korpa za otpad
hòm thư
poštansko sanduče
vườn
vrt

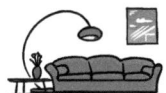

phòng khách

dnevna soba

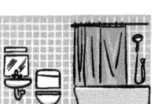

phòng tắm

kupaonica

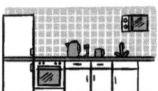

bếp

kuhinja

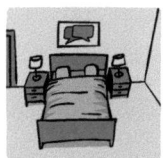

phòng ngủ

spavaća soba

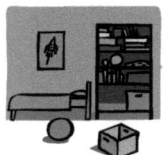

phòng trẻ em

dečija soba

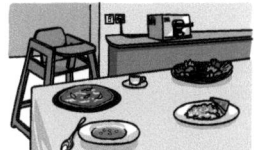

phòng ăn

trpezarija

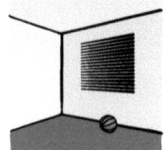

nền nhà
pod

tường
zid

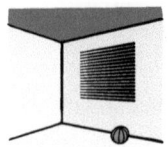

trần nhà
strop

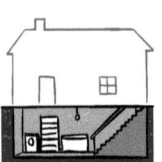

tầng hầm
podrum

tắm hơi
sauna

ban công
balkon

sân hiên
terasa

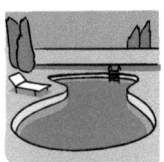

bể bơi
bazen

máy cắt cỏ
kosilica za travu

khăn trải giường
posteljina za krevet

khăn trải giường
deka za krevet

giường
krevet

chổi
metla

cái xô
kanta

công tắc điện
prekidač

phòng khách
dnevna soba

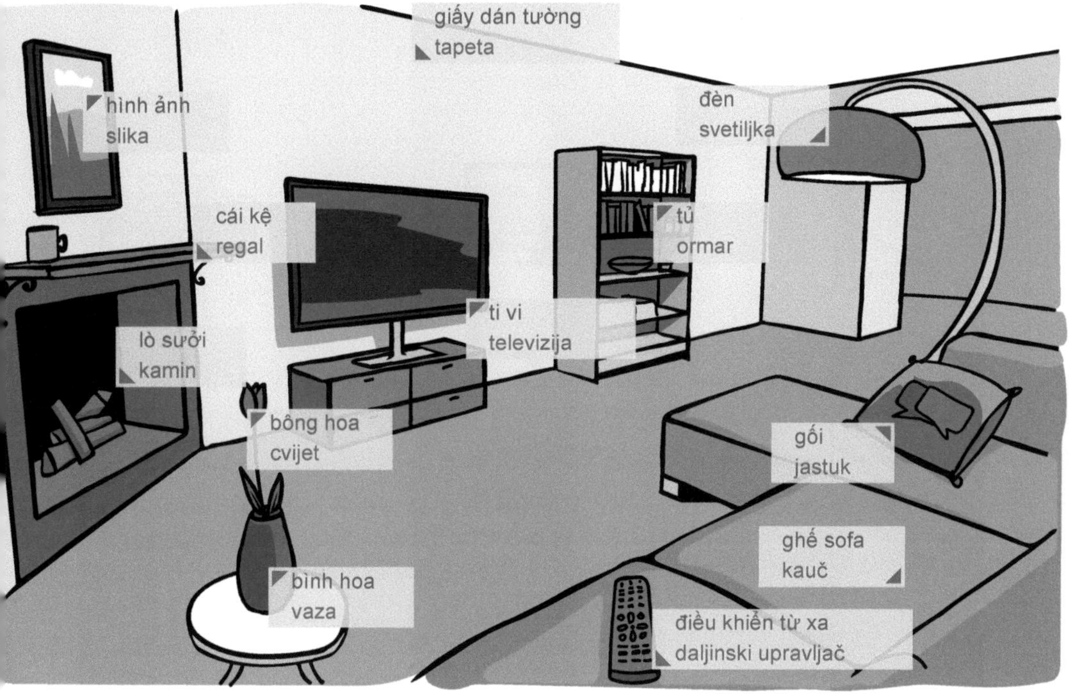
giấy dán tường
tapeta
hình ảnh
slika
đèn
svetiljka
cái kệ
regal
tủ
ormar
ti vi
televizija
lò sưởi
kamin
bông hoa
cvijet
gối
jastuk
ghế sofa
kauč
bình hoa
vaza
điều khiển từ xa
daljinski upravljač

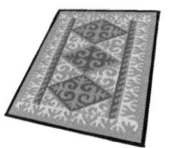

thảm

tepih

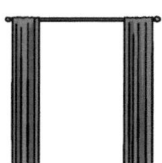

rèm

zavesa

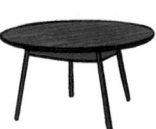

cái bàn

sto

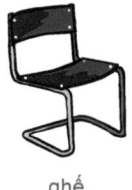

ghế

stolica

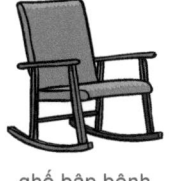

ghế bập bênh

stolica za njihanje

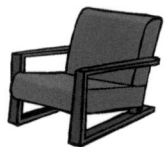

ghế bành

fotelja

sách

knjiga

cái chăn

deka

đồ trang trí

dekoracija

củi

drvo za ogrev

phim

film

máy hi-fi

hi-fi uređaj

chìa khóa

ključ

báo

novine

bức tranh

slika na platnu

áp phích

poster

radio

radio

sổ ghi chép

blok za pisanje

máy hút bụi

usisivač

cây xương rồng

kaktus

cây nến

sveća

phòng khách - dnevna soba

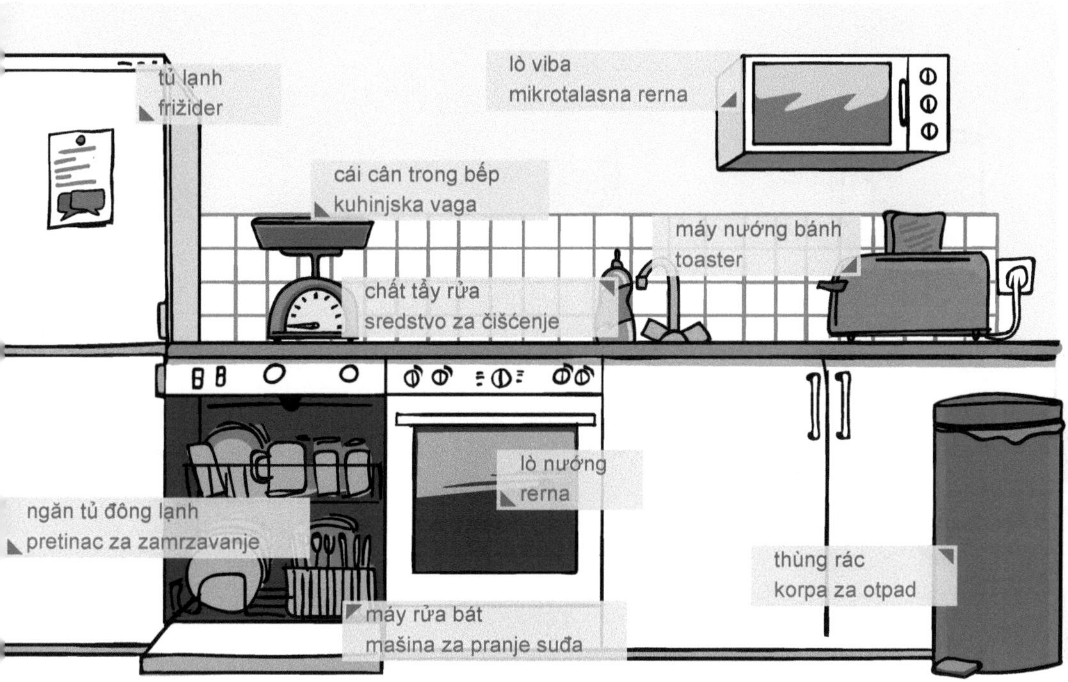

tủ lạnh
frižider

lò viba
mikrotalasna rerna

cái cân trong bếp
kuhinjska vaga

máy nướng bánh
toaster

chất tẩy rửa
sredstvo za čišćenje

lò nướng
rerna

ngăn tủ đông lạnh
pretinac za zamrzavanje

thùng rác
korpa za otpad

máy rửa bát
mašina za pranje suđa

lò nấu
šporet

nồi
lonac

nồi sắt
gvozdeni lonac

chảo
wok / kadai

chảo
tava

ấm đun nước
kuvalo za vodu

nồi đun hơi

kuvalo na paru

khay lò nướng

lim za pečenje

bát đĩa

posuđe

cốc

čaša

cái bát

posuda

đũa

štapići za jelo

cái vá

kutlača

bàn xẻng

lopatica

que đánh kem

penjača

rây dùng trong bếp

sito za kuvanje

cái rây lọc

sito

cái nạo

ribež

vữa

mužar

vỉ nướng

roštilj

ngọn lửa trần

ognjište

cái thớt

daska

trục cán bột

oklagija

cái mở nút chai

vadičep

vỏ đồ hộp

konzerva

cái mở vỏ đồ hộp

otvarač konzervi

miếng nhấc nồi

krpa za lonac

bồn rửa bát

sudoper

bàn chải

četka

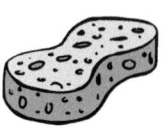

miếng xốp

sunđer

máy xay

mikser

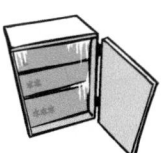

tủ đông lạnh

zamrzivač

bình sữa cho trẻ sơ sinh

flašica za bebe

vòi nước

slavina za vodu

phòng tắm
kupaonica

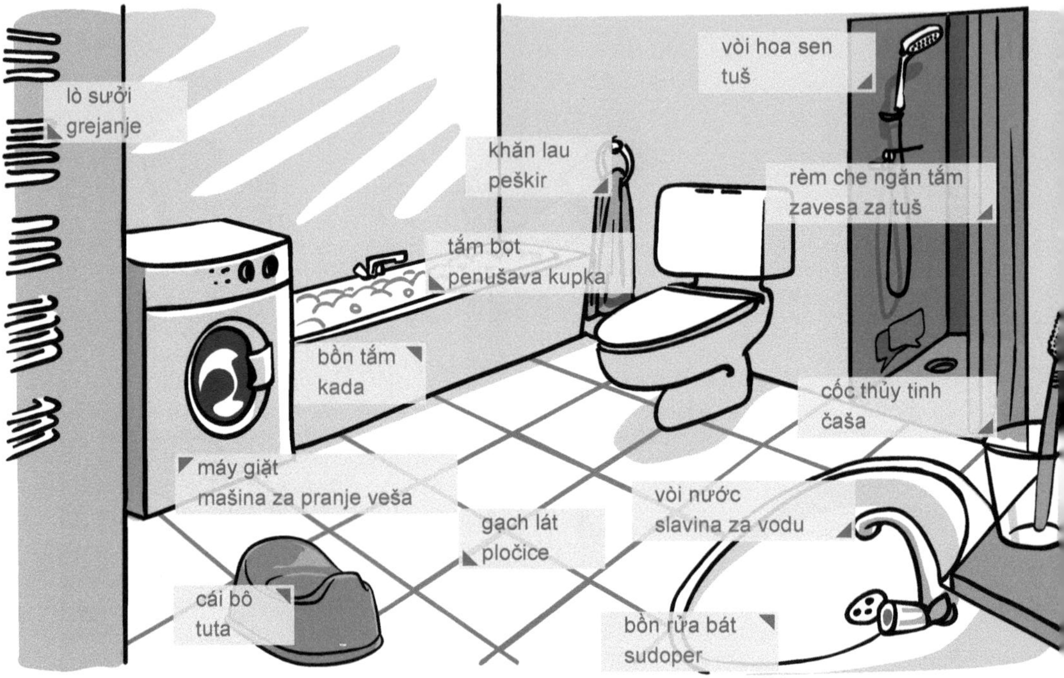

lò sưởi
grejanje
vòi hoa sen
tuš
khăn lau
peškir
rèm che ngăn tắm
zavesa za tuš
tắm bọt
penušava kupka
bồn tắm
kada
cốc thủy tinh
čaša
máy giặt
mašina za pranje veša
vòi nước
slavina za vodu
gạch lát
pločice
cái bô
tuta
bồn rửa bát
sudoper

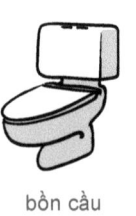

bồn cầu

toalet

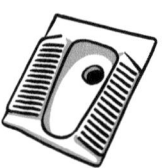

bồn cầu ngồi xổm

čučavac

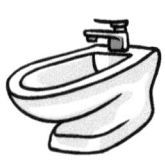

bồn rửa hậu môn

bidet

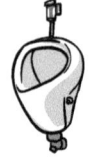

bồn tiểu tiện

pisoar

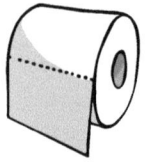

giấy vệ sinh

toaletni papir

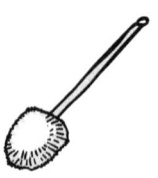

bàn chải cọ bồn cầu

četka za toalet

bàn chải đánh răng

četkica za zube

kem đánh răng

pasta za zube

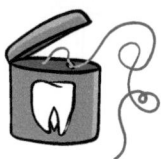

chỉ nha khoa

konac za zube

rửa

prati

vòi sen cầm tay

tuš ručica

vòi rửa hậu môn

tuš za pranje intimnih delova

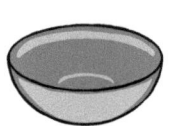

bồn rửa

lavor

bàn chải cọ lưng

četka za pranje leđa

xà phòng

sapun

sữa tắm

gel za tuširanje

dầu gội

šampon

khăn cọ để tắm

krpa za pranje

lỗ thoát nước

odvod

kem

krema

chất khử mùi

dezodorans

gương

ogledalo

gương tay

kozmetičko ogledalo

dao cạo râu

brijač

kem cạo râu

pena za brijanje

nước thơm dùng sau khi cạo râu

losion za posle brijanja

cái lược

češalj

bàn chải

četka

máy xấy tóc

fen za kosu

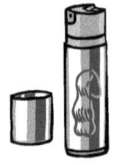

keo xịt tóc

sprej za kosu

đồ trang điểm

makeup

thỏi son môi

ruž za usne

sơn bôi móng

lak za nokte

bông

vata

kéo cắt móng

makaze za nokte

nước hoa

parfem

túi đựng đồ tắm

kozmetička torbica

ghế đầu

stolica

cái cân

vaga

áo choàng tắm

ogrtač

găng tay làm vệ sinh

rukavice za čišćenje

nút gạc

tampon

băng vệ sinh

uložak

nhà vệ sinh hóa chất

hemijski toalet

phòng trẻ em
dečija soba

đồng hồ báo thức
budilnik
thú bông
plišana igračka
xe đồ chơi
auto igračka
cái lúc lắc
zvečka
nhà búp bê
kućica za lutke
món quà
poklon

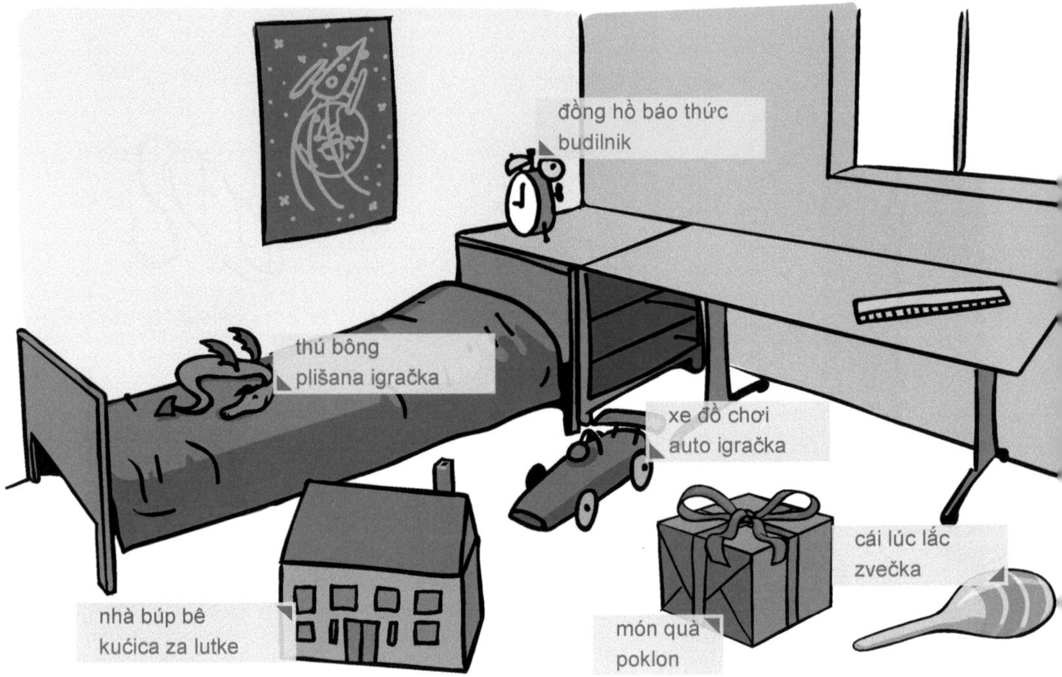

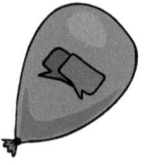

bong bóng
balon

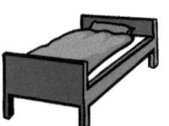

giường
krevet

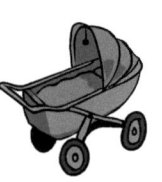

xe nôi
dječija kolica

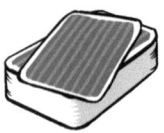

trò chơi bài
igra s kartama

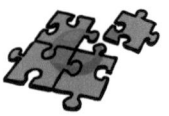

trò chơi ghép hình
slagalica

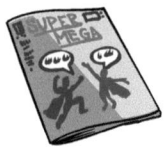

truyện tranh
strip

gạch Lego

lego kockice

khối xếp hình

kockice za slaganje

nhân vật hành động

akcioni junak

o liền quần cho trẻ sơ sinh

benkica za bebe

đĩa nhựa để ném

frizbi

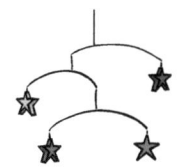

đồ chơi treo trên giường

viseće igračke

trò chơi cờ bàn

društvene igre

xúc xắc

kocka

đồ chơi xe lửa mô hình

minijaturna željeznica

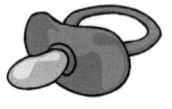

ti giả

duda

buổi tiệc

zabava

sách tranh

slikovnica

quả bóng

lopta

búp bê

lutka

chơi

igrati

hố cát

pješčanik

cái đu

ljuljačka

đồ chơi

igračka

máy chơi game cầm tay

konzola za igre

xe ba bánh

tricikl

gấu bông

tedi

tủ quần áo

ormar

y phục

odeća

bít tất

kratke čarape

bít tất dài

čarape

quần tất

hulahopke

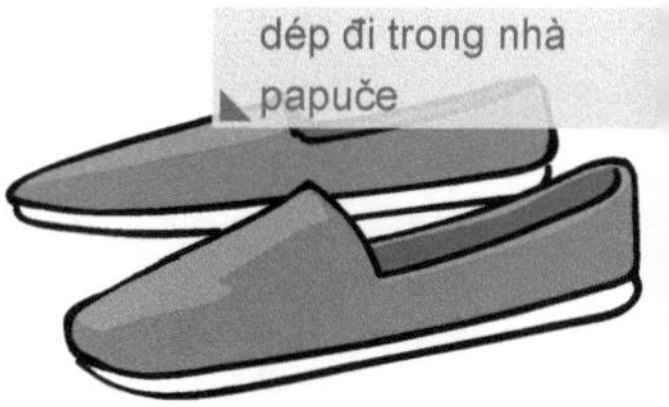

khăn choàng cổ
šal

ô che mưa
kišobran

áp phông
majica

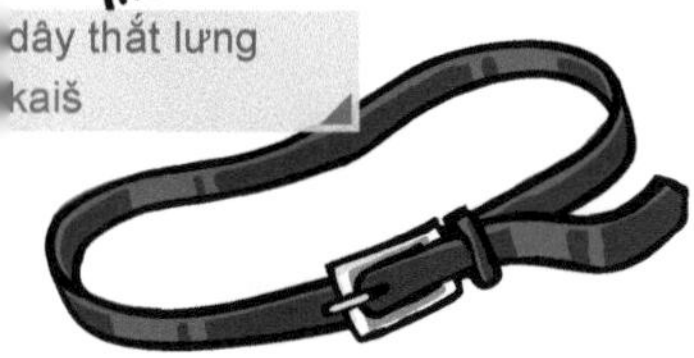

dây thắt lưng
kaiš

ủng
čizme

dép đi trong nhà
papuče

giày sneaker
patike

dép xăng đan

sandale

giày

cipele

ủng cao su

gumene čizme

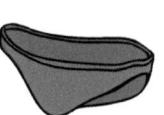

quần lót

gaćice

áo ngực

grudnjak

áo vest

potkošulja

áo ôm sát cơ thể

bodi

quần dài

pantalone

quần bò

farmerke

váy

suknja

áo cánh

bluza

áo sơ mi

košulja

áo len chui đầu

džemper

áo len

džemper s kapuljačom

áo blazer

sako

áo jacket

jakna

áo khoác

kaput

áo mưa

kabanica

trang phục

kostim

áo váy

haljina

áo cưới

venčanica

bộ com lê

odelo

áo ngủ

spavaćica

pijama

pidžama

trang phục sari

sari

khăn trùm đầu

marama za glavu

khăn đội đầu

turban

áo burka

burka

áo captan

kaftan

áo aba

abaja

quần áo bơi

kupaći kostim

quần bơi

kupaće gaćice

quần đùi

kratke pantalone

quần áo tracksuit

odeća za trening

tạp dề

kecelja

găng tay

rukavice

cái cúc

dugme

kính mắt

naočare

vòng đeo tay

narukvica

vòng cổ

ogrlica

nhẫn

prsten

hoa tai

naušnica

mũ lưỡi trai

kapa

cái mắc treo áo quần

vešalica

mũ

šešir

cà vạt

kravata

dây kéo phéc mơ tuya

patent zatvarač

mũ bảo hiểm

kaciga

dây đeo quần

naramenice

đồng phục học sinh

školska uniforma

đồng phục

uniforma

yếm trẻ em

podbradak

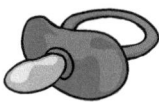

ti giả

duda

tã lót

pelena

văn phòng
kancelarija

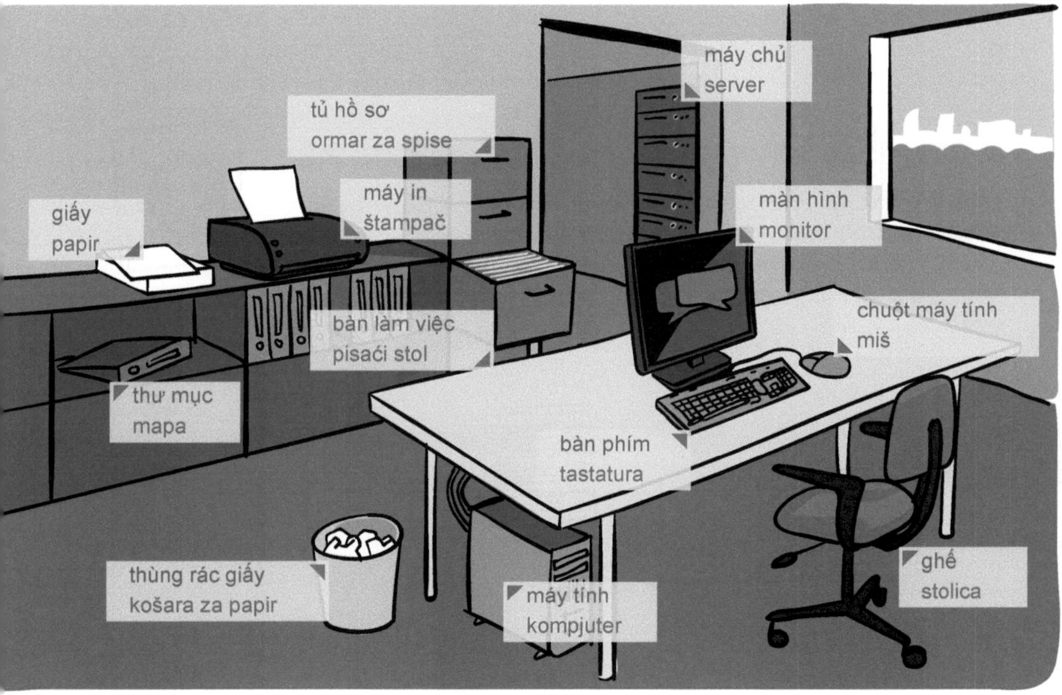

máy chủ
server

tủ hồ sơ
ormar za spise

máy in
štampač

màn hình
monitor

giấy
papir

chuột máy tính
miš

bàn làm việc
pisaći stol

thư mục
mapa

bàn phím
tastatura

thùng rác giấy
košara za papir

ghế
stolica

máy tính
kompjuter

cốc cà phê

šalica za kavu

máy tính bỏ túi

kalkulator

internet

internet

laptop

laptop

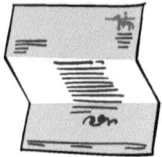

thư

pismo

tin nhắn

poruka

điện thoại di động

mobilni telefon

mạng

mreža

máy photocopy

uređaj za kopiranje

phần mềm

softver

điện thoại

telefon

ổ cắm điện

utičnica

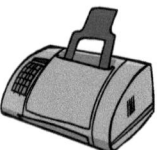

máy fax

faks

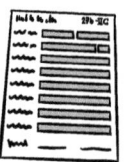

mẫu đơn

formular

chứng từ

dokument

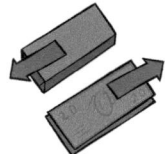

mua

kupovati

trả tiền

platiti

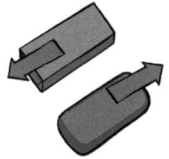

buôn bán

trgovati

tiền

novac

đô la

dolar

Euro

evro

yên

jen

rúp

rublja

franc Thụy Sĩ

švajcarski franak

nhân dân tệ

renmindbi juan

rupi

rupija

máy rút tiền tự động

automat za novac

quầy đổi tiền

menjačnica

vàng

zlato

bạc

srebro

dầu

nafta

năng lượng

energija

giá tiền

cena

hợp đồng

ugovor

thuế

porez

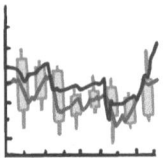

cổ phiếu

deonica

làm việc

raditi

nhân viên

službenik

chủ lao động

poslodavac

nhà máy

fabrika

cửa hiệu

prodavnica

nghề nghiệp
zanimanja

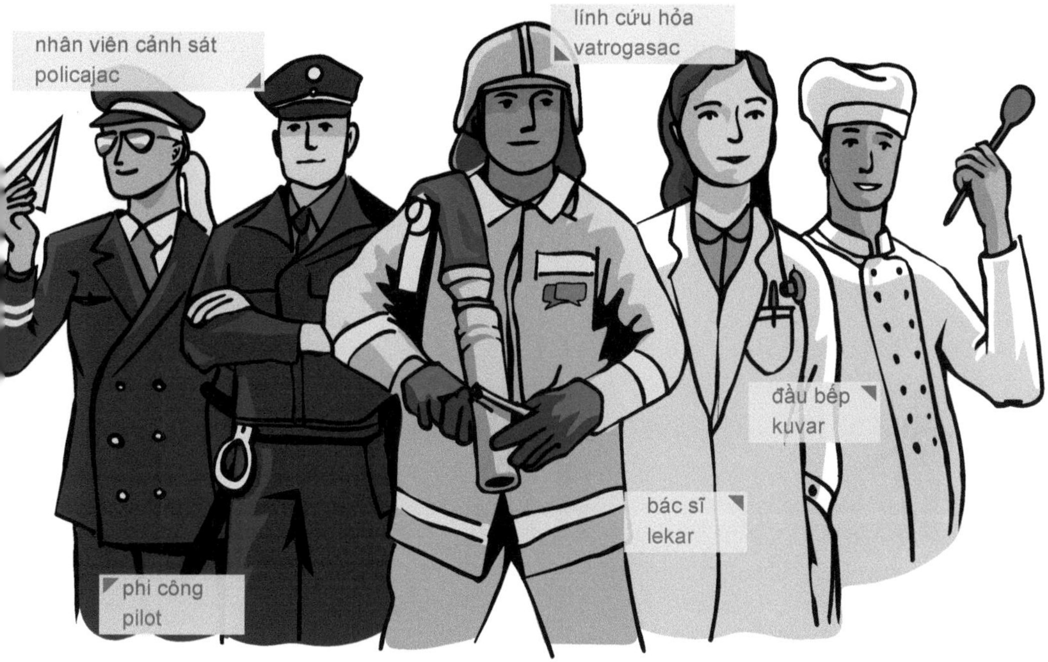
nhân viên cảnh sát
policajac
lính cứu hỏa
vatrogasac
đầu bếp
kuvar
bác sĩ
lekar
phi công
pilot

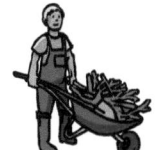

người làm vườn

vrtlar

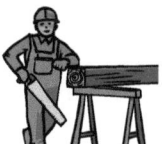

thợ mộc

stolar

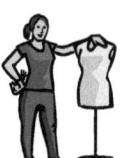

thợ may

krojačica

chánh án

sudija

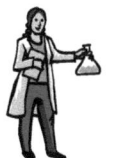

nhà hóa học

hemičar

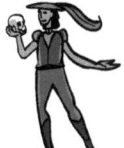

diễn viên

glumac

tài xế xe buýt

vozač autobusa

người lái taxi

vozač taksija

ngư dân

ribar

người lau dọn vệ sinh

čistačica

thợ lợp mái nhà

krovopokrivač

bồi bàn

konobar

thợ săn

lovac

họa sĩ

slikar

thợ làm bánh

pekar

thợ điện

električar

thợ xây dựng

građevinski radnik

kỹ sư

inženjer

người hàng thịt

mesar

thợ sửa ống nước

limar

người đưa thư

poštar

người lính

vojnik

kiến trúc sư

arhitekta

nhân viên thu ngân

blagajnik

người bán hoa

cvećar

thợ cắt tóc

frizer

nhân viên soát vé

kondukter

thợ cơ khí

mehaničar

thuyền trưởng

kapetan

nha sĩ

zubar

nhà khoa học

naučnik

giáo sĩ Do thái

rabi

lãnh tụ Hồi giáo

imam

nhà sư

monah

mục sư

svećenik

dụng cụ
alati

kìm
klešta
cây búa
čekić
tua vít
odvijač
đèn pin
džepna lampa
cờ lê
ključ za zavrtnje

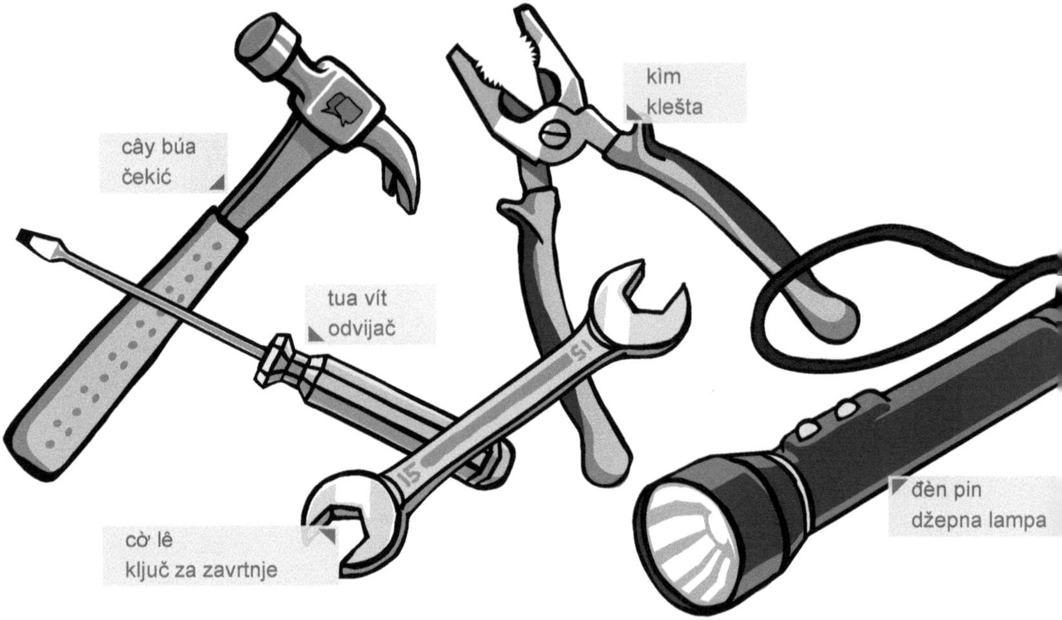

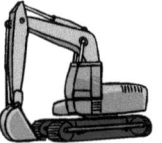

máy xúc đất
bager

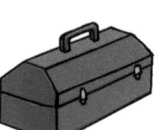

hộp dụng cụ
kutija za alat

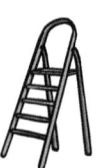

cái thang
merdevine

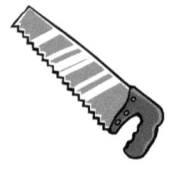

cưa
pila

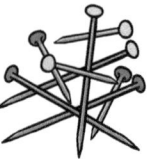

đinh
ekser

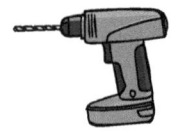

máy khoan
bušilica

sửa chữa

popraviti

cái xẻng

lopata

khốn nạn!

do đavola!

cái hót rác

lopatica

thùng sơn

lonac za boju

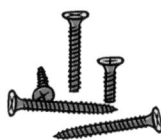

vít

zavrtanji

nhạc cụ
muzički instrument

loa
zvučnik

bộ trống
bubnjevi

đàn ghi ta
gitara

đàn công tra bát
kontrabas

kèn trompet
truba

đàn piano

klavir

đàn vĩ cầm

violina

ghi ta bass

bas

trống định âm

timpani

trống

udaraljke za bubnjeve

đàn organ

tipke klavira

kèn Saxophone

saksofon

sáo

flauta

micro

mikrofon

nhạc cụ - muzički instrument

vườn bách thú

zoološki vrt

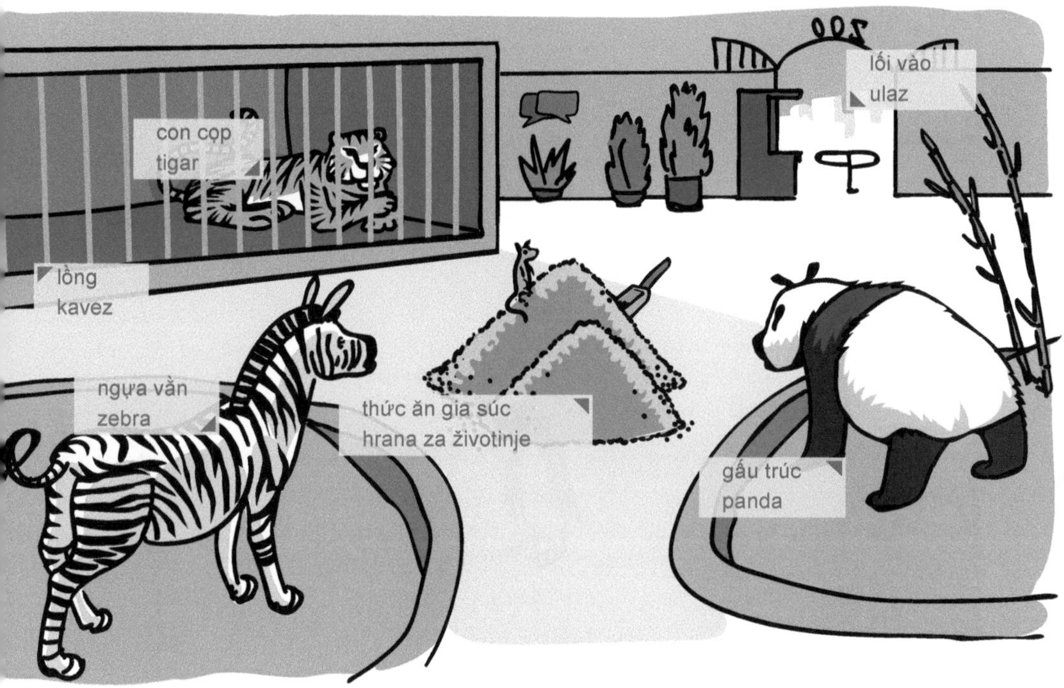

con cọp
tigar
lối vào
ulaz
lồng
kavez
ngựa vằn
zebra
thức ăn gia súc
hrana za životinje
gấu trúc
panda

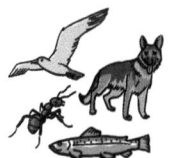

động vật

životinje

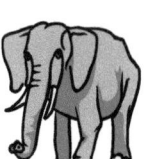

con voi

slon

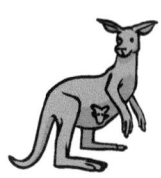

chuột túi

kengur

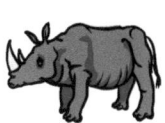

tê giác

nosorog

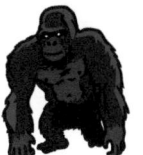

khỉ đột

gorila

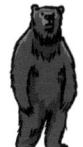

con gấu

medved

lạc đà
kamila

đà điểu
noj

sư tử
lav

con khỉ
majmun

hồng hạc
flamingo

con vẹt
papagaj

gấu bắc cực
polarni medved

chim cánh cụt
pingvin

cá mập
ajkula

con công
paun

con rắn
zmija

cá sấu
krokodil

người trông giữ vườn bách
thú
čuvar u zoološkom vrtu

hải cẩu
tuljan

báo đốm
jaguar

vườn bách thú - zoološki vrt

ngựa lùn

poni

con báo

leopard

hà mã

nilski konj

hươu cao cổ

žirafa

đại bàng

orao

heo rừng

divlja svinja

cá

riba

con rùa

kornjača

hải mã

morž

con cáo

lisica

linh dương

gazela

bóng bầu dục Mỹ
američki nogomet

đua xe đạp
biciklizam

quần vợt
tenis

bóng rổ
košarka

bơi
plivanje

khúc côn cầu trên băng
hokej na ledu

đấm bốc
boks

bóng đá
fudbal

cầu lông
badminton

điền kinh
atletika

bóng ném
rukomet

trượt tuyết
skijanje

polo
polo

nhảy
skočiti

ôm
zagrliti

cười
smejati se

ca hát
pevati

đi bộ
ići

mơ
sanjati

cầu nguyện
moliti se

hôn
poljubiti

viết	vẽ	chỉ trỏ
pisati	crtati	pokazati
đẩy	cho	lấy đi
gurati	dati	uzeti

có
imati

làm
činiti

thì / là
biti

đứng
stojati

chạy
trčati

kéo
povlačiti

ném
baciti

rơi
padati

nằm
ležati

chờ đợi
čekati

mang vác
nositi

ngồi
sediti

mặc quần áo
oblačiti

ngủ
spavati

thức dậy
probuditi se

xem

gledati

khóc

plakati

vuốt ve

milovati

chải

češljati

nói chuyện

govoriti

hiểu

razumeti

câu hỏi

pitati

nghe

slušati

uống

piti

ăn

jesti

dọn dẹp

pospremiti

yêu

voleti

nấu nướng

kuhati

lái xe

voziti

bay

leteti

đi thuyền buồm

ploviti

tính toán

računati

đọc

čitati

học

učiti

làm việc

raditi

cưới

venčati se

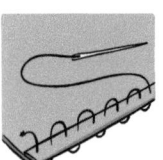

khâu vá

šiti

đánh răng

prati zube

giết

ubiti

hút thuốc

pušiti

gửi đi

poslati

gia đình
porodica

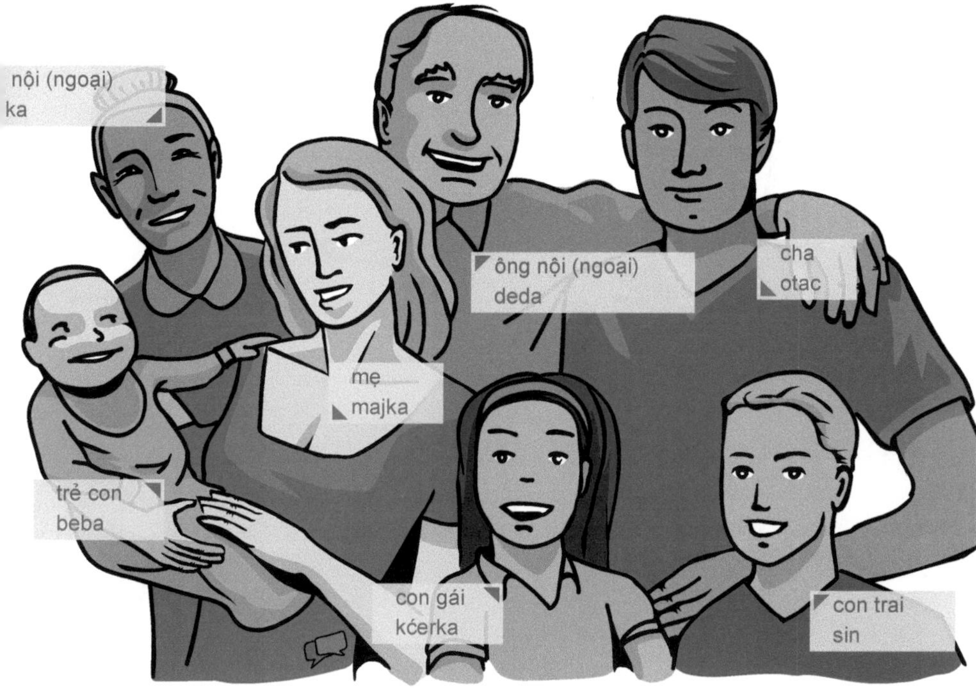
nội (ngoại)
ka
ông nội (ngoại)
deda
cha
otac
mẹ
majka
trẻ con
beba
con gái
kćerka
con trai
sin

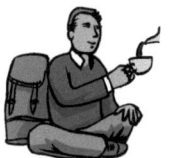

khách

gost

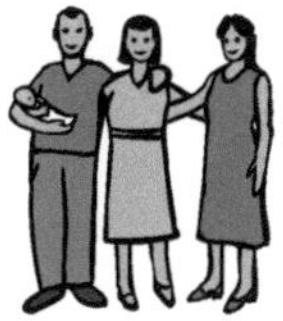

cô (dì)

tetka

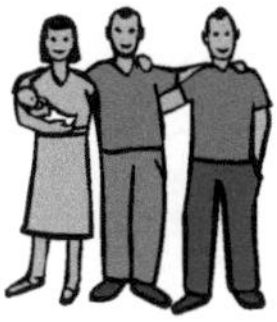

chú, bác (cậu)

ujak, stric

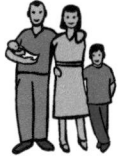

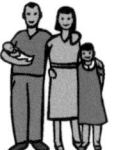

anh (em) trai

brat

chị (em) gái

sestra

cơ thể

telo

trán
čelo
mắt
oko
vai
rame
ngón tay
prst
mặt
lice
cằm
brada
bàn tay
ruka
chân
noga
ngực
grudi
cánh tay
ruka

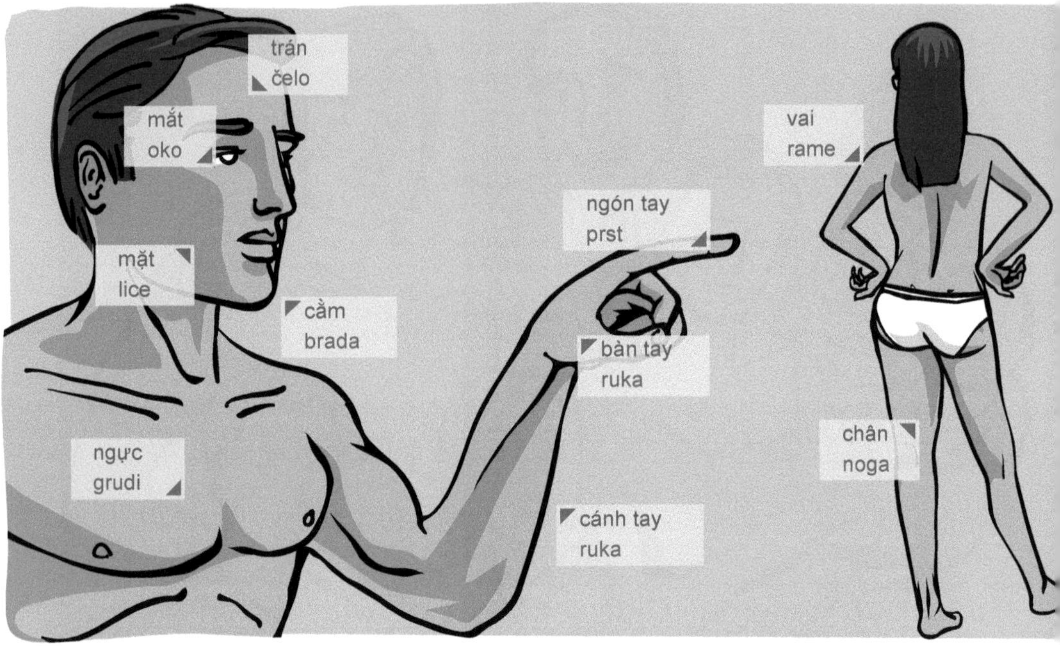

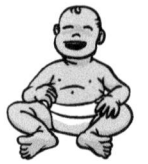

trẻ con

beba

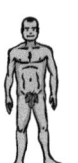

đàn ông

muškarac

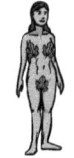

phụ nữ

žena

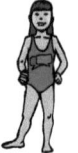

bé gái

devojčica

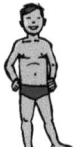

bé trai

dečak

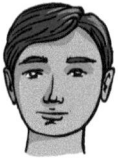

đầu

glava

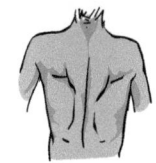

lưng
leđa

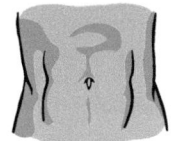

bụng
stomak

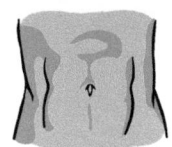

rốn
pupak

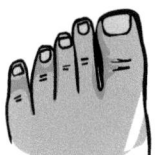

ngón chân
nožni prst

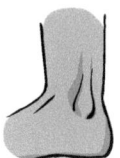

gót chân
peta

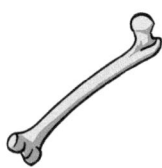

xương
kost

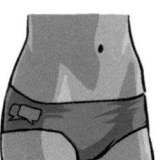

hông
kukovi

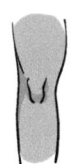

đầu gối
koleno

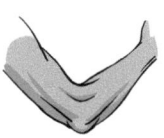

khuỷu tay
lakat

mũi
nos

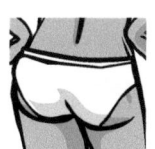

mông
zadnjica

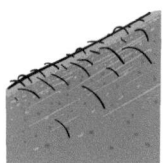

da
koža

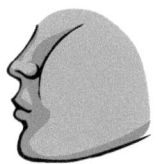

má
obraz

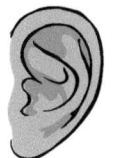

tai
uvo

môi
usna

miệng
usta

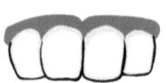

răng
zub

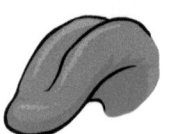

lưỡi
jezik

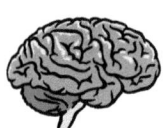

não
mozak

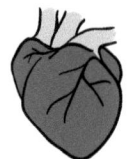

tim
srce

cơ bắp
mišić

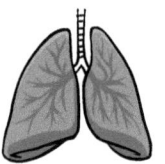

phổi
pluća

gan
jetra

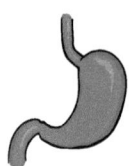

dạ dày
želudac

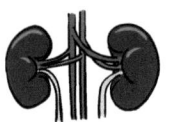

thận
bubrezi

giao hợp
polni odnos

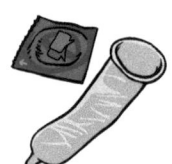

bao cao su
kondom

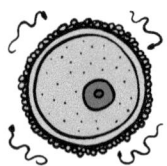

noãn
jajna ćelija

tinh dịch
sperma

mang thai
trudnoća

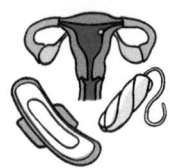

kinh nguyệt

menstruacija

âm vật

vagina

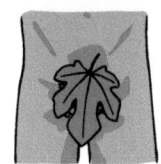

dương vật

penis

lông mày

obrva

tóc

kosa

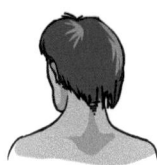

cổ

vrat

bệnh viện
bolnica

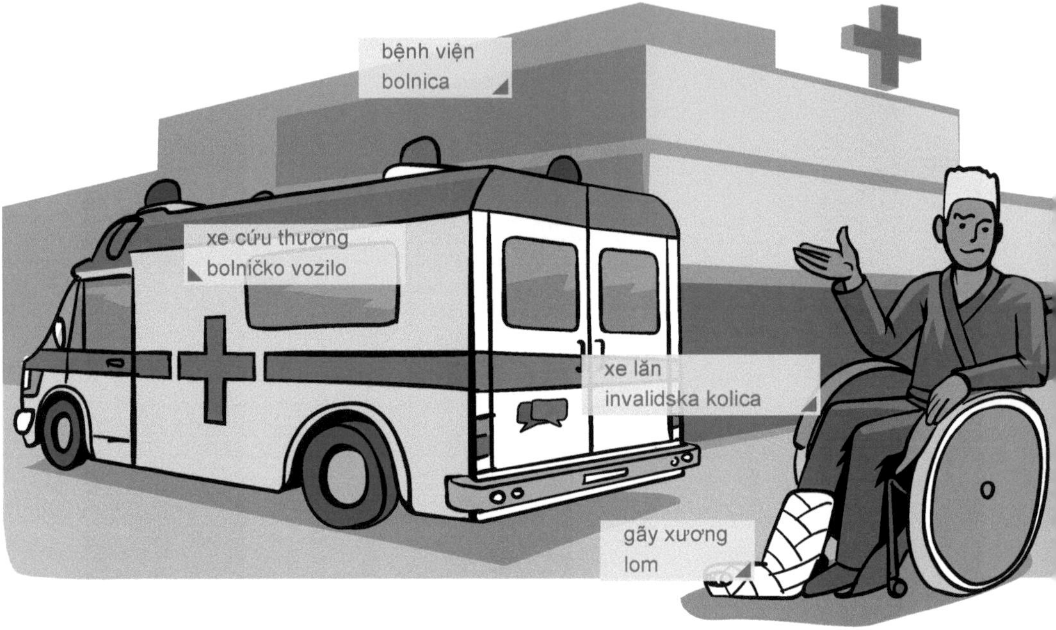

bệnh viện
bolnica
xe cứu thương
bolničko vozilo
xe lăn
invalidska kolica
gãy xương
lom

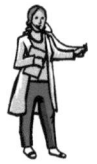

bác sĩ

lekar

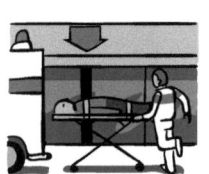

phòng cấp cứu

hitna medicinska služba

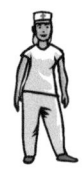

y tá

medicinska sestra

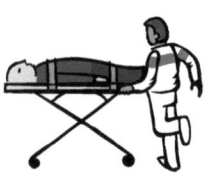

cấp cứu

hitni slučaj

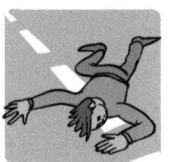

bất tỉnh

nesvest

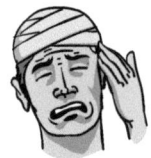

cơn đau

bol

bị thương
povreda

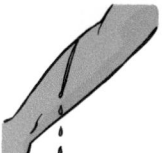
chảy máu
krvarenje

nhồi máu cơ tim
srčani udar

đột quỵ
udar

dị ứng
alergija

ho
kašalj

sốt
groznica

cúm
gripa

tiêu chảy
proliv

đau đầu
glavobolja

ung thư
rak

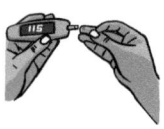
bệnh tiểu đường
dijabetes

bác sĩ phẫu thuật
hirurg

dao mổ
skalpel

giải phẫu
operacija

chụp cắt lớp
ct

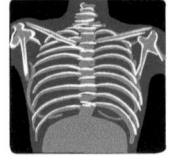

chụp x-quang
rentgen

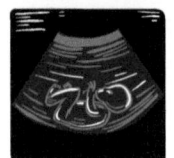

siêu âm
ultrazvuk

mặt nạ
maska

bệnh
bolest

phòng đợi
čekaona

cái nạng
štaka

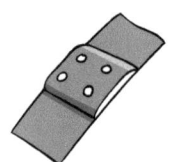

băng dán vết thương
flaster

băng bó
zavoj

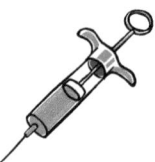

tiêm thuốc
injekcija

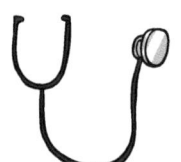

ống nghe khám bệnh
stetoskop

băng ca
nosila

nhiệt kế
termometar

sinh đẻ
rođenje

thừa cân
prekomerna težina

máy trợ thính

slušni aparat

chất khử trùng

sredstvo za dezinfekciju

nhiễm trùng

infekcija

vi rút

virus

HIV / AIDS

HIV / AIDS

thuốc

medicina

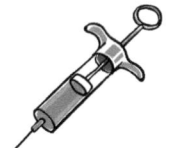

tiêm chủng

vakcinacija

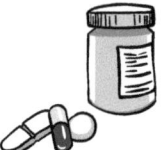

thuốc viên

tablete

viên thuốc

pilula

gọi cấp cứu

hitni poziv

máy đo huyết áp

uređaj za merenje pritiska

bệnh / khỏe mạnh

bolesno / zdravo

cứu!
pomoć!

báo động
alarm

cuộc đột kích
nasrtaj

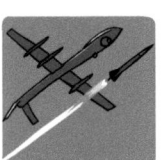

sự tấn công
napad

mối nguy hiểm
opasnost

lối thoát hiểm
izlaz u slučaju nužde

cháy!
požar!

bình chữa cháy
protivpožarni aparat

tai nạn
nezgoda

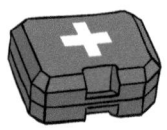

bộ dụng cụ sơ cứu
kutija prve pomoći

SOS
sos

cảnh sát
policija

châu Âu

Evropa

Bắc Mỹ

Severna Amerika

Nam Mỹ

Južna Amerika

châu Phi

Afrika

châu Á

Azija

châu Úc

Australija

Đại Tây Dương

Atlantik

Thái Bình Dương

Pacifik

Ấn Độ Dương

Indijski okean

Nam Cực Dương

Antarktički okean

Bắc Băng Dương

Arktički ocean

bắc cực

Severni pol

nam cực

Južni pol

nam cực

Antarktik

trái đất

zemlja

đất liền

zemlja

biển

more

đảo

otok

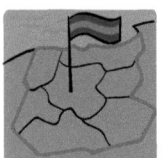

quốc gia

nacija

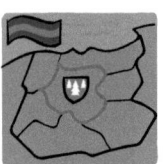

nhà nước

država

mặt đồng hồ

brojčanik sata

kim chỉ giờ

satna kazaljka

kim chỉ phút

minutna kazaljka

kim chỉ giây

sekundna kazaljka

Bây giờ là mấy giờ?

Koliko je sati?

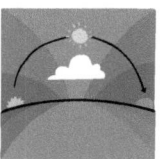

ngày

dan

thời gian

vreme

bây giờ

sada

đồng hồ điện tử

digitalni sat

phút

minuta

giờ

čas

tuần lễ
sedmica

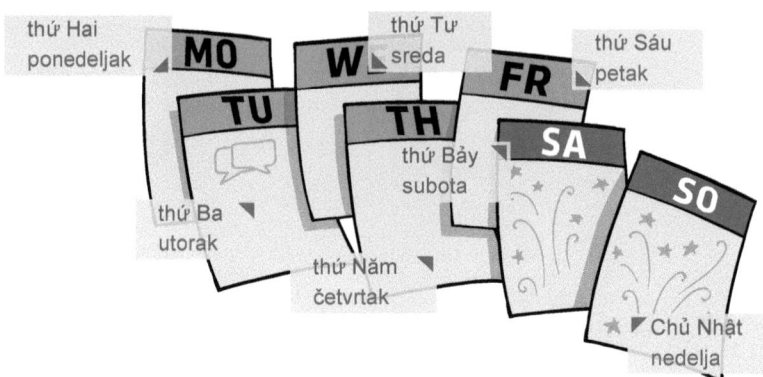

thứ Hai — ponedeljak
thứ Ba — utorak
thứ Tư — sreda
thứ Năm — četvrtak
thứ Sáu — petak
thứ Bảy — subota
Chủ Nhật — nedelja

hôm qua
juče

hôm nay
danas

ngày mai
sutra

buổi sáng
jutro

buổi trưa
podne

buổi tối
veče

ngày làm việc
radni dani

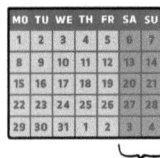

cuối tuần
vikend

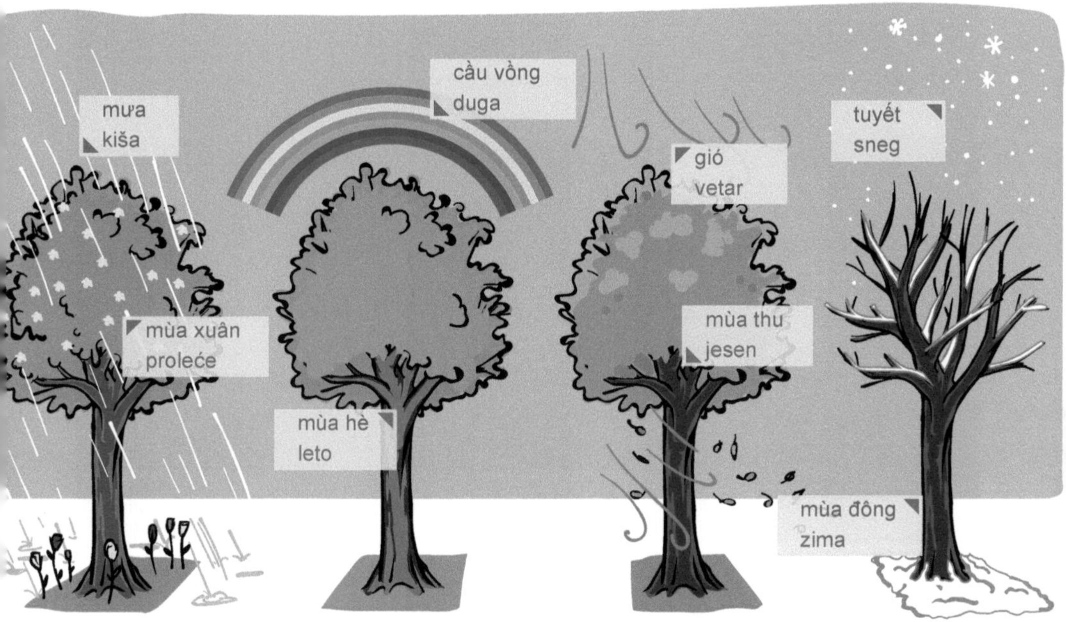

mưa
kiša
cầu vồng
duga
gió
vetar
tuyết
sneg
mùa xuân
proleće
mùa hè
leto
mùa thu
jesen
mùa đông
zima

4.APRIL 11°
5.APRIL 4°
6.APRIL 13°
7.APRIL 8°
8.APRIL 10°

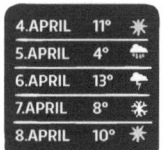

dự báo thời tiết

meteorološka prognoza

F
C

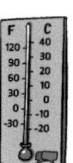

nhiệt kế

termometar

ánh nắng

sunčana svetlost

mây

oblak

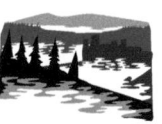

sương mù

magla

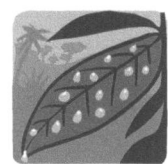

độ ẩm không khí

vlažnost vazduha

tia chớp

munja

sấm sét

grmljavina

cơn bão

oluja

mưa đá

tuča

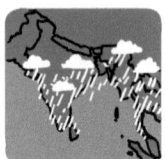

gió mùa

monsun

lũ lụt

poplava

nước đá

led

tháng Một

januar

tháng Hai

februar

tháng Ba

mart

tháng Tư

april

tháng Năm

maj

tháng Sáu

juni

tháng Bảy

juli

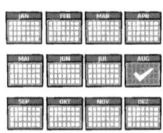

tháng Tám

avgust

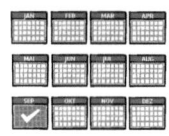

tháng Chín

septembar

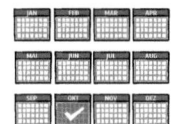

tháng Mười

oktobar

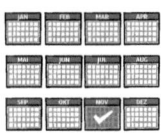

tháng Mười Một

novembar

tháng Mười Hai

decembar

hình dạng
oblici

hình tròn

krug

hình vuông

kvadrat

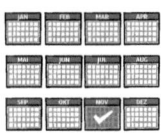

hình chữ nhật

pravougao

hình tam giác

trougao

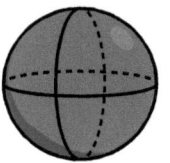

hình cầu

kugla

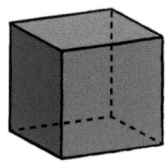

khối vuông

kocka

màu trắng

bela

màu vàng

žuta

màu cam

narandžasta

màu hồng

ružičasta

màu đỏ

crvena

màu tím

ljubičasta

màu xanh dương

plava

màu xanh lá cây

zelena

màu nâu

smeđa

màu xám

siva

màu đen

crna

nhiều / ít

mnogo / malo

tức tối / điềm tĩnh

ljutito / mirno

xinh đẹp / xấu xí

lepo / ružno

bắt đầu / kết thúc

početak / kraj

to / nhỏ

veliko / maleno

sáng / tối

svetlo / tamno

anh (em) trai / chị (em) gái

brat / sestra

sạch / bẩn

čisto / prljavo

đủ / thiếu

potpuno / nepotpuno

ngày / đêm

dan / noć

chết / sống

mrtvo / živo

rộng / chật hẹp

široko / usko

ăn được / không ăn được

jestivo / nejestivo

ác / tử tế

zlo / dobro

hào hứng / chán nản

uzbuđeno / dosadno

béo / gầy

debelo / mršavo

đầu tiên / cuối cùng

na početku / na kraju

bạn / thù

prijatelj / neprijatelj

đầy / rỗng

puno / prazno

cứng / mềm

tvrdo / mekano

nặng / nhẹ

teško / lagano

đói / khát

glad / žeđ

bệnh / khỏe mạnh

bolesno / zdravo

bất hợp pháp / hợp pháp

ilegalno / legalno

thông minh / ngu

pametno / glupo

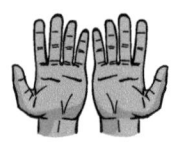

trái / phải

levo / desno

gần / xa

blizu / daleko

mới / cũ

novo / polovno

không có gì cả / có cái gì đó

ništa / nešto

già / trẻ

staro / mlado

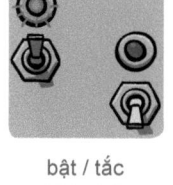

bật / tắt

uključeno / isključeno

mở / đóng

otvoreno / zatvoreno

im lặng / ồn ào

tiho / glasno

giàu / nghèo

bogato / siromašno

đúng / sai

tačno / pogrešno

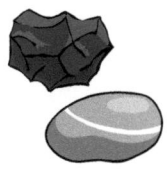

sần sùi / mịn màng

hrapavo / glatko

buồn / vui

tužno / sretno

ngắn / dài

kratko / dugo

chậm / nhanh

polako / brzo

ẩm ướt / khô ráo

mokro / suho

ấm áp / mát mẻ

toplo / hladno

chiến tranh / hòa bình

rat / mir

đối lập - suprotnosti

0

số không

nula

1

một

jedan

2

hai

dva

3

ba

tri

4

bốn

četiri

5

năm

pet

6

sáu

šest

7

bảy

sedam

8

tám

osam

9

chín

devet

10

mười

deset

11

mười một

jedanaest

12
mười hai

dvanaest

13
mười ba

trinaest

14
mười bốn

četrnaest

15
mười lăm

petnaest

16
mười sáu

šestnaest

17
mười bảy

sedamnaest

18
mười tám

osamnaest

19
mười chín

devetnaest

20
hai mươi

dvadeset

100
một trăm

stotinu

1.000
một ngàn

hiljadu

1.000.000
một triệu

milion

tiếng Anh

engleski

tiếng Anh Mỹ

američki engleski

tiếng Quan Thoại

mandarinski kineski

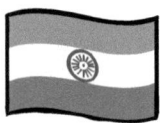

tiếng Hin-di

hindski

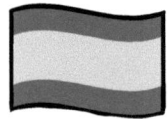

tiếng Tây Ban Nha

španski

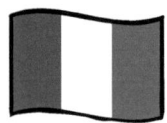

tiếng Pháp

francuski

tiếng Ả-rập

arapski

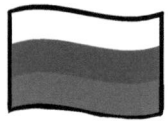

tiếng Nga

ruski

tiếng Bồ Đào Nha

portugalski

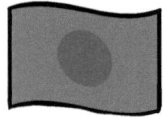

tiếng Bengal

bengalski

tiếng Đức

nemački

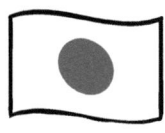

tiếng Nhật

japanski

tôi
ja

bạn
ti

anh ta / cô ta / nó
on / ona / ono

chúng tôi
mi

các bạn
vi

họ
oni

ai?
Ko?

cái gì?
Šta?

như thế nào?
Kako?

ở đâu?
Gde?

lúc nào?
Kada?

tên
ime

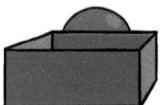

phía sau

iza

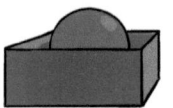

ở trong

u

phía trước

ispred

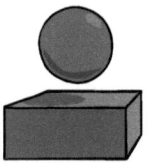

phía trên

preko

ở trên

na

ở dưới

ispod

bên cạnh

pored

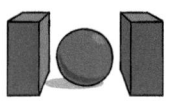

ở giữa

između

chỗ

mesto